HADITHI ZA KIKWETU

Jumamosi ya Mkosi

Hadithi za Kikwetu

1. Kiongozi Hodari — Njiru Kimunyi
2. Mungu Nisaidie — Njiru Kimunyi
3. Yaliyompata Winko Ripuvani — Pamela M.Y Ngugi
4. Asante Mama — Pamela M.Y. Ngugi
5. Bustani Yenye Hazina — Akberali Manji
6. 'Kaponea Chupuchupu — Akberali Manji
7. Kitoweo cha Samaki — Nyambura Mpesha
8. Marafiki wa Pela — Nyambura Mpesha
9. Tajiri Mjanja — Leo Odera Omolo
10. Mfalme na Majitu — Leo Odera Omolo
11. Kaburi Bila Msalaba — P M Kareithi
12. Majuto ni Mjukuu — P.M Kareithi
13. Hadithi Teule — Sun Bao Hua
14. Kijana Aliyeuza Hekima — Sun Bao Hua
15. Chura Mcheza Ngoma — Rebecca Nandwa
16. Mfalme Chui Mkatili — Rebecca Nandwa
17. Kinga ya Rushwa — Fortunatus Kawegere
18. Mateso, Mwathirika wa Ukimwi — Fortunatus Kawegere
19. Ngiri Mganga — Emmanuel Kariuki
20. Safari ya Kombamwiko — Emmanuel Kariuki
21. Kachuma na Polisi Wezi — Patrick Ngugi
22. Kachuma na Binadamu Wanyama — Patrick Ngugi
23. Mgomba Changaraweni — Ken Walibora

na vinginevyo....vinginevyo vingi

Jumamosi ya Mkosi

Bitugi Matundura
Michoro: Robert Kambo

 PHOENIX PUBLISHERS, NAIROBI

Kimetolewa mara ya kwanza mnamo 2008 na
Phoenix Publishers Ltd.
Kijabe Street
P.O Box 18650-00500
Nairobi.

© Maandishi: Bitugi Matundura, 2008
© Michoro: Phoenix Publishers Ltd., 2008

ISBN 9966 47 126 X

Kimepigwa chapa na:
Ramco Printing Works Ltd.
S.L.P 27750-00100
Nairobi

Yaliyomo

1. Mtu wa Ndio 7
2. Bogonko Ashawishiwa 16
3. Kuwinda Sungura 28
4. Mzinga wa Nyuki 37
5. Msiba wa Kujitakia 45
6. Ng'ombe Waharibu Mahindi 53
7. Hasira za Wazazi 59
8. Nguo ziko Wapi? 66
9. Shada za Maua 82

1

MTU WA NDIO

ILIKUWA Jumamosi ya juma la mwisho la mwezi. Bogonko na dada yake Kezia hawakuamka mapema. Haikuwa siku ya kwenda shuleni.

Mama yao, Bonareri, alikuwa mwanamke mwenye bidii ya mchwa. Kila siku alirauka kuwakama ng'ombe na kuwapimia maziwa wateja waliofika asubuhi na mapema kuyanunua.

Ufugaji wa ng'ombe watano wa maziwa, fahali wawili na kuku kadhaa wa kutaga mayai ulimsaidia Bonareri kupata pesa za kuwaelimisha wanawe wengine wawili, Gesure na Birontino, waliokuwa shule za upili.

Mbali na kuwa mfugaji, Bonareri pia alikuwa mkulima hodari. Alipanda mahindi na vyakula vingine kwa wingi.

Mume wake, Gekundo, alikuwa hatoi tena mchango wa mapato ya kukidhi mahitaji ya familia hii. Ajali ya barabarani iliyompata ilimpokonya uwezo wake wa kutembea. Daima dawamu alikuwa kwenye kiti cha magurudumu.

Mwaka wa tano sasa unakwenda kumalizika tangu Gekundo ahusike kwenye ajali hiyo. Gari lake liligongana ana kwa ana na lori katika barabara kuu ya Nairobi kwenda Mombasa, naye Gekundo akanusurika kifo kwa tundu la sindano. Aliumia vibaya.

Tangu wakati huo, mabadiliko mengi yametokea katika familia hii. Rasilimali nyingi za familia zimetumika kugharamia matibabu yake. Fidia aliyofaa kulipwa na kampuni ya bima kwa sababu ya kupatwa na ajali hiyo

ilitumbukia mifukoni mwa mawakili matapeli. Haki ikapindwa, na pesa hizo kupotea ghafla kama umande kwenye jua la asubuhi. Familia haijawahi kuona hata ndururu ya pesa hizo!

Bonareri alijaribu sana kuzifuatilia pesa hizo. Lakini alirushwa kushoto-kulia, kulia-kushoto, juu-chini mithili ya tiara kwenye upepo mkali. Kila alipofika ofisini mwa wakili jijini Nairobi aliambiwa, "Njoo kesho. Rudi kesho kutwa, mtondo, mtondogoo." Mwishowe akakata tamaa. Tangu apoteze matumaini ya kupata pesa hizo, huu sasa ni mwaka wa tano unaoelekea kumalizika.

"Laiti Mungu angemsaidia mume wangu apone haraka majeraha miguuni mwake, angenisaidia mzigo huu wa kuwalea watoto wetu!" Bonareri alikuwa akiomba kila siku. Aliamini kuwa Mungu si Athumani, hamtupi mja wake.

Bogonko sasa alikuwa katika darasa la saba huku Kezia akiwa katika darasa la sita. Wote walikuwa wepesi wa akili, ila tu Bogonko hakuwa na msimamo wake binafsi. Alifuata kwa urahisi uamuzi wa marafikize, uwe mbaya uwe mzuri, kama vile bendera inavyofuata upepo. Alifuata kila ushauri na vishawishi. Hakuweza kubainisha jema na baya. Alikuwa mtu wa 'ndio'. Wanafunzi wote shuleni walimbatiza jina *Mtu wa ndio* au kwa kifupi *Mtundio*.

Tabia hii iliwahi kumtia Bogonko matatani sio shuleni tu, bali hata nyumbani. Wakati mwingine, 'ndio' zake zilimgeukia na kumweka taabani. Walimu wake walijitahidi kuing'oa mizizi tabia hii. Waliwaunga mkono wazazi wake kumshauri Bogonko kukoma kuwa *'mtu wa ndio'*. Walijua kuwa, mti hukunjwa ungali mchanga, lakini jitihada zao ziliambulia patupu.

Bogonko hakusikiliza la mwadhini wala la

mteka maji msikitini. Alikuwa kama roboti — kazi yake kufuata maagizo bila kuuliza maswali. Ushauri wa walimu na wazazi wake ukaangukia sikio la kufa.

Jumamosi hiyo, Bogonko na dada yake waliamka saa mbili kasorobo. Walipotoka nje, waliwakuta wazazi wao wakipiga gumzo. Baba yao alikuwa kwenye kiti chake cha magurudumu huku akiota jua la asubuhi. Kando yake kulikuwa na kikombe chekundu cha chai juu ya stuli. Mikononi, alishikilia gazeti la *Mzalendo*.

Mama yao alikuwa ameshamaliza kufua sare zao. Alikuwa sasa anazianika kwenye kamba ili zikauke kwa matumizi ya Jumatatu.

"Shikamoo mama! Shikamoo baba!" Bogonko na Kezia waliwaamkua wazazi wao.

"Marahaba," walijibiwa kwa sawia.

"Mbona mmechelewa kuamka leo?" Baba aliuliza.

"Leo ni Jumamosi, baba…" Bogonko alijibu.

"Iwe Jumamosi au la, mnafaa kuamka mapema kumsaidia kazi mama yenu. Mnajua hali yangu ilivyo," Baba alimkata usemi Bogonko.

"Jipatieni kiamshakinywa halafu muwapatie kuku chakula chao na maji, kisha mfagie kibanda chao na kukusanya mayai," Mama aliongeza.

"Itabidi mumtafute Simba na kumfunga kwa mnyororo katika kibanda chake. Si vizuri kumwacha arandarande. Anaweza kugeuka na kuwa mbwa koko," baba yao naye alitia.

Simba alikuwa mbwa mweusi, mnene na mwenye masikio yaliyosimama wima. Mkia wake daima ulikuwa umejipinda na kuunda umbo la herufi 'O'. Alifunguliwa kila jioni ili aweke doria wakati wa usiku. Wakati wa mchana, alifungwa katika kibanda chake nyuma ya nyumba.

Lakini kamwe hakupenda kufungwa kwa mnyororo. Kila kulipokucha alitafuta kila mbinu ya kukwepa kufungwa. Alipopata fursa ya kuwa huru, aliuhepa mnyororo huo jinsi anavyoepukwa mgonjwa wa ukoma.

Bogonko na Kezia waliingia jikoni. Baada ya kiamshakinya walielekea kwenye kibanda cha kuku, hatua chache hivi nyuma ya nyumba yao, kufanya kazi walizoagizwa.

Walikusanya mayai na kuyaweka ndani ya bakuli kubwa kabla ya kuyatia kikapuni. Walikuwa waangalifu ili wasiyavunje na kuleta hasara.

Baada ya kumaliza kukusanya mayai, walikwenda kuchuma tagaa za mwembe uliokuwa mbele ya nyumba yao ili wazitumie kufagia kibanda cha kuku.

2

BOGONKO ASHAWISHIWA

BOGONKO na Kezia walipomaliza kufagia kibanda cha kuku, walitia takataka kwenye uteo. Bogonko alianza kuisomba na kuipeleka hadi kwenye kitalu cha mboga, hatua mia moja hivi nyuma ya nyumba, ambako aliimwaga. Kinyesi cha kuku ni mbolea nzuri kwa mboga.

Aliporudi, alimpata Simba akiwa amelala kando ya kisiki kimoja kikubwa cha mti huku akiguguna mfupa. Alikwenda haraka hadi kibandani, akuchukua mnyororo na kumjongea Simba kimyakimya kama afanyavyo paka anapomwinda panya.

Simba alikuwa amezama katika shughuli

ya ugugunaji wa mfupa. Ghafla bin vuu, alishtukia amenaswa na kutiwa mnyororo shingoni. Bogonko alishangaa sana kwa sababu Simba hakuutumia uhodari wake wa kunusa kugundua kwamba alikuwa anajongelewa.

Alijaribu kutoroka, lakini mbio zake zikawa za sakafuni zinazoishia ukingoni. Alijifanya kumngurumia Bogonko kwa ukali wa kujitia lakini mingurumo yake ikawa kama vitisho vya mashua visivyoishtua bahari. Alikubali kuburutwa shingo upande hadi kibandani mwake ambapo alifungwa.

Alipokuwa akirudi kumalizia kuzoa takataka kutoka kwa kibanda cha kuku, Bogonko alisikia honi ya gari katika lango kuu la kuingilia kwao. Aliurusha chini uteo wa kuzolea takataka na kwenda shoti hadi langoni.

Lilikuwa ni gari la amu yao, Jumbe Omari. Kila Jumamosi ya mwisho wa mwezi alimtuma dereva wake kumchukua Gekundo ampeleke hospitalini kufanyiwa ukaguzi wa majeraha yake. Bogonko alifungua lango mara moja. Gari lilipoingia, alirejelea shughuli zake za kusomba takataka.

Mama na dereva wa Jumbe Omari walimsaidia Gekundo kuingia kwenye gari. Kisha dereva alikikunja kiti kile cha magurudumu na kukiweka sehemu wazi nyuma ya gari. Gari hili lilitumiwa sana na amu Omari kubebea mifuko ya saruji, mabati na hata mbao za ujenzi. Wakati mwingine lilikodishwa na wafanyabiashara wengine ili kusafirishia mavuno yao sokoni.

Dereva alipolitia gari ufunguo tayari kuondoka, mama aliwaita Bogonko na Kezia kuwapa maagizo. "Tumeondoka kwenda hospitalini na huenda tukachelewa kurudi. Zianueni nguo zenu zitakapokauka, muwalishe kuku na kukusanya mayai tena masaa ya alasiri."

Gari lilipofika langoni, dereva alipiga breki tena huku mama akitoa maagizo kwa Bogonko, "Mchungaji wa ng'ombe asipofika kufikia saa tano, unaweza kuwapeleka malishoni."

"Tena uhakikishe kwamba wanachungwa

sawasawa wasije wakaharibu mimea mashambani. Na msisahau kusoma," baba naye alishauri kupitia kioo alichokiteremsha.

Bogonko na Kezia waliwapungia mikono wazazi wao, ambao pia walijibu kwa kuwapungia yao. Gari liliondoka kupitia lango kuu kwa mwendo taratibu, likapinda kushoto, kisha kulia na hatimaye kutoweka katika upeo wa macho.

Bogonko alifunga lango hilo kuu, la chuma na lililopakwa rangi nyeusi, na kurejelea kazi ya uzoaji takataka. Punde si punde walimaliza kazi hiyo. Waliingia nyumbani, wakanawa mikono na kuanza kusoma. Saa ya ukutani katika chumba chao cha kusoma ilionyesha saa tatu u nusu.

Muda haukupita sana kabla Simba hajaanza kubweka *bwe!... bwe!.....bwe!* kwa ukali. Bogonko na dada yake hawakumtilia maanani mwanzoni. Lakini muda ulivyoendelea kusonga, ndivyo mibweko ilivyozidi kuongezeka.

"Mbona anabweka hivyo?" Kezia aliuliza.

"Pengine anaumwa na siafu. Nilipokwenda kumfunga kibandani mwake, niliona kikosi cha maelfu ya siafu kwenye mifupa aliyokula jioni. Hebu nitoke nje nichunguze," Bogonko alijibu huku akisimama na kufululiza moja kwa moja hadi kwenye kibanda cha Simba.

Simba alipomwona, alizidi kubweka kwa nguvu, huku ametazama upande wa mashariki.

Bogonko alipotupa macho upande huo aliwaona marafiki zake wawili, Kiprono na Suleiman. Walikuwa wameandamana na mbwa wao.

Mbwa wa akina Kiprono aliitwa Tommi, naye mbwa wa akina Suleiman aliitwa Kazimoto. Tommi alikuwa mfupi wa kimo, mwenye macho ya makengeza na mkia mfupi wenye manyoya mengi mithili ya mgwisho. Alibweka kwa sauti nzito. Kazimoto kwa upande mwingine alikuwa pande la mbwa. Kichwa chake kikubwa kilikuwa na doa jeusi lililodhihirisha weupe wake kama pamba. Kazimoto na Tommi walikuwa wakicheza mchezo wa kukimbizana, kumenyana na kuangushana. Mchezo huo ndio uliomvutia Simba na kumfanya abweke kwa ukali. Huenda naye alitaka uhuru wa kushiriki.

Kiprono na Suleiman walikuwa na vipande vya mua mikononi ambavyo walikuwa wakitafuna. Mbali na kuandamana na mbwa wao, Suleiman na mwenzake walikuwa wameandamana na ng'ombe wao pia. Walikuwa wanawapeleka malishoni.

Bogonko alitembea kwa hatua za haraka hadi walipokuwa.

"Habari zenu?" aliwasalimia.

"Nzuri, labda yako," Kiprono na Suleiman walijibu kwa pamoja.

"Vipi leo umejifungia nyumbani kama kwamba unafanya kafara?" Kiprono aliuliza kwa mzaha.

"Ninafanya Hisabati za Mwalimu Diana."

"Alaa! Hisabati tu...wajua maisha si Hisabati tu. Kuna kupumzika pia. Kumbuka leo ni Jumamosi," Suleiman aliingilia kati.

"Heri wewe umeanza kuzifanya. Sisi hata hatujui Hesabu zenyewe ni zipi," Kiprono alidanganya.

Suleiman na Kiprono walikonyezana na kuangua vicheko vya bezo. Kisha Suleiman alimgeukia Bogonko.

"Tumekuja kukusihi uandamane nasi kwenda malishoni," alimwambia. "Tuna mipango murua hivi leo ambayo hatutaki rafiki yetu mkubwa kama wewe akose kushiriki."

"Mipango gani?" Bogonko aliuliza.

"Kuna kuwinda wanyama wadogo kama vile sungura, kuchakulo, paa na hata panya,"

Kiprono alijibu.

"Kati ya wanyama hao wote, anayeliwa na binadamu ni sungura tu. Mwataka pia tuwale kuchakulo na panya?" Bogonko akauliza.

Suleiman alicheka huku akisema, "Panya na kuchakulo wataliwa na mbwa wetu. Sisi tutamla sungura."

"Pia tutachuma mahindi mabichi na kuyachoma huku tukiwachunga ng'ombe. Kiberiti ndicho hiki hapa," Kiprono alisema huku akiingiza mkono wake kwenye mfuko wa shati lake na kutoa kiberiti aina ya *Rhino Kubwa*.

"Si hayo tu, tutakwenda mtoni kuogelea," Suleiman aliongezea.

"Lakini mimi huruhusiwa tu kuwachunga ng'ombe wetu wakati mchungaji anapokosa kufika," Bogonko alisema. "Sijui iwapo atafika hivi leo."

"Wazazi wako watajuaje iwapo hakuja?" Suleiman aliuliza.

Bogonko hakutaka apitwe na 'mipango murua' ya Suleiman na Kiprono. Walimshawishi vya kutosha hadi akashawishika. Kwa sababu alikuwa ni '*mtu wa ndio*', aliamua kuandamana nao kwenda malishoni. Hakungojea kubaini iwapo mchungaji ng'ombe wao angekuja siku hiyo au la.

Bila kupoteza wakati, aliingia kwenye stoo ya vifaa vya kilimo na kuchukua upanga. Akafululiza hadi kibandani mwa Simba na kumfungulia. Simba alifurahi kuwa huru. Kwa mbio za swara, alikwenda kujiunga na mbwa wenzake na kushiriki kwenye mchezo ule wa kumenyana na kuangushana.

Bogonko alikwenda hadi bomani na kuwafungulia ng'ombe wao, ambao walijiunga na ng'ombe wengine kwenda malishoni. Hakujali kumjulisha Kezia kuwa ameondoka. Kezia naye hakujua kilichokuwa kinaendelea. Alikuwa amezama kwenye uandishi wa insha aliyoagizwa na mwalimu.

3

KUWINDA SUNGURA

ILIPOTIMU saa nne asubuhi, Bogonko na wenzake walikuwa wamefika kwenye malisho. Jua lilikuwa linawaka kiasi. Upepo ulikuwa unavuma *vuu vuu* na kuifanya miti iyumbeyumbe. Kulikuwa na mawingu machache meupe, ila hayakuonyesha dalili zozote za mvua. Kwa kuwa siku njema huonekana asubuhi, Bogonko, Kiprono na Suleiman walitumainia kuwa siku hiyo ingekuwa ya fanaka.

Uwanja wa malisho ulikuwa umbali wa kilomita mbili hivi kutoka nyumbani kwa kina Bogonko. Ulikuwa na nyasi nyingi na ulizungukwa na mashamba ya vyakula mbalimbali. Wakulima wilayani Tran-Nzoia walikuwa wamepanda mahindi kwa wingi mbali na ndizi, mawele, mtama na viazi vitamu. Walikuwa wanajitayarisha kwa msimu wa mavuno, hasa uvunaji wa mahindi yaliyokuwa yamefanya vizuri.

Upande wa kusini mwa eneo hilo kulikuwa na mto mkubwa uliojulikana kama Nzoia. Ulikuwa na maji mengi, na wakati wa masika uliweza kufurika na kuwa hatari. Lakini wakati wa majira ya kiangazi kama sasa, maji yake yalipungua sana.

Kulikuwa na daraja moja kubwa iliyounganisha ng'ambo mbili za Mto Nzoia. Katika ng'ambo ya pili kulikuwa na kichaka kikubwa kwenye ukingo wa mto. Kichaka hiki kilikuwa makao ya ndege kama vile kanga na kurumbiza, na wanyama kama nyani na tumbili. Kulikuwa pia na sungura ambao wakati mwingine walivuka mto kwa daraja hilo na kuingia kwenye mashamba ya viazi vitamu kujitafutia chakula.

Baadhi ya wakulima walikuwa wamezungusha nyaya za seng'enge kwenye mashamba yao kutunza mimea isiharibiwe na mifugo. Lakini wengine walikuwa wameyaacha wazi mashamba yao. Wachungaji waliwajibika kuwalinda mifugo wao wasiharibu mimea katika mashamba ya aina hiyo.

Bogonko, Kiprono na Suleiman walipiga kambi chini ya kivuli cha mti uliokuwa na tagaa kama mwavuli, wakiwachunga ng'ombe wao kwa zamu. Walipokwenda mbali, mmoja wao angekimbia kuwarudisha wasiingie mashambani na kuharibu mimea.

Vijana hao watatu waliokota kuni na kuukoka moto kwa kutumia kiberiti alichobeba Suleiman. Kisha Bogonko alitumwa kuleta mahindi mabichi kutoka mojawapo ya mashamba ya wenyewe yaliyokuwa karibu.

Kwa sababu alikuwa '*mtu wa ndio*', alitii amri mara moja. Hakuuliza swali lolote kuhusu matatizo yanayoweza kumpata mtu anayevuna mahali ambapo hakupanda. Alikwenda moja kwa moja hadi kwa shamba la Mzee Hasira. Aliporudi huku amebeba mahindi kadha mabichi, Suleiman na Kiprono waligonganisha viganja vya mikono yao kwa furaha huku wakisema, "Mkulima huwa mmoja, lakini walaji ni wengi." Kisha waliangua vicheko huku wakimsifu Bogonko.

Jua lilipofika utosini, ng'ombe wote walionekana kushiba na kuanza *moo moo* zao. Ilikuwa ishara kwamba walikuwa wana kiu. Bogonko aliambiwa na marafiki zake awapeleke mtoni wanywe maji. '*Mtu wa ndio*' akatii amri.

Mtoni, ng'ombe walionyesha kiu kubwa ya maji. Bogonko aliwapigia binja kuwahimiza wanywe kwa wingi. Kulikuwa na vyura wengi kwenye mto huo. Walipowaona ng'ombe wakinywa walipiga kelele *kroo...krooo.... kroo*, lakini kelele za vyura haziwezi kuwazuia ng'ombe kunywa.

Walipotosheka, Bogonko aliwarudisha katika uwanja wa malisho. Ng'ombe wote walitafuta vivuli vya miti ambapo walilala na kuanza kucheua.

Bogonko na wenzake walichoma mahindi na kula huku wakipiga gumzo. Walipoona ng'ombe wote wamepumzika vivulini, waliwaita mbwa wao watatu kwa kupiga mluzi. Simba, Tommi na Kazimoto walifika haraka kutoka vichakani walimokuwa wakicheza kwa kukimbizana.

"Hii ni fursa nzuri kwetu kuingia vichakani kuwasaka sungura," Kiprono alisema.

"Barabara kabisa," Suleiman aliunga mkono kauli hiyo.

Waliacha kuchoma mahindi na kuvuka daraja hadi ng'ambo ya pili. Suleiman na Kazimoto waliingia kichakani kutoka upande wa mashariki, nao Bogonko na Simba wakaingilia upande wa magharibi. Kiprono na mbwa wake,

Tommi, waliingilia upande wa kaskazini. Wote walikubaliana kukutania katika eneo la katikati mwa kichaka hicho.

Muda mrefu haukupita tangu walipoanza shughuli ya usasi. Simba alianza kutimua mbio kama swara huku akibweka kwa ukali. Bogonko alimfuata nyuma. Alijua kuwa Simba hakubweka ovyo na sharti awe alikuwa ameona kitu. Alipofika kwenye nyasi ndefu, Simba alisimama ghafla huku akinusanusa. Kufumba na kufumbua, sungura mmoja mweupe *pepepe* alibumburuka kutoka kwenye nyasi hizo.

"Huyoooo! Sungura huyo...Simba...shika, kamata!" Bogonko alipiga mayowe kuwapasha marafikize kuhusu windo lililonukia.

Sungura alipogundua kuwa maisha yake yamo hatarini, alinunua pujo nambari miguu niponye. Miguu yake ikamkubali, akakimbia kwa kasi kama umeme. Simba alimwandama kivumbi huku akibweka kwa ukali.

Mbiu ya mgambo inapolia huwa kuna jambo. Kiprono na Suleiman waliposikia mayowe ya Bogonko, walijua mara moja kwamba yeye na Simba walikuwa wamepata windo. Walipenya vichaka huku wakianguka na kuinuka. Kazimoto na Tommi waliitikia wito wa Bogonko na Simba. Walipitia njia za mkato kuliandama windo lile.

Walivyosema wahenga, umoja ni nguvu na utengano ni udhaifu. Sungura alikimbia kutoka kichaka kimoja hadi kingine akitumainia kuyaokoa maisha yake, lakini wapi! Alijipata katika hali anayojikuta panya kwenye kesi ambapo paka ndiye hakimu.

Mbwa wale watatu walimzingira sungura jinsi ulimi unavyozungukwa na meno. Alijaribu kuruka juu hewani, lakini wapi! Simba alimdaka mara moja. Sungura akawa hana budi kusalimu amri.

Kufumba na kufumbua, Bogonko, Kiprono na Suleiman walifika pale na kutwaa windo lile kutoka kwa mbwa wao. Walikuwa na furaha nyingi kama ya vibogoyo waliotunukiwa meno.

4

MZINGA WA NYUKI

WAKATI una mbawa kama ndege. Saa nane kamili alasiri ilipogonga, jua lilikuwa limewaka kwa hasira kama kwamba lilikuwa likiwaadhibu viumbe duniani.

Ng'ombe walikuwa bado wamelala chini ya vivuli vya miti huku wakicheua na kutafuna nyasi polepole. Walikuwa wametulia tuli kama maji ya mtungi. Walitikisa mikia yao kuwafukuza nzi waliokuwa wakiwabughudhi. Walionekana kusubiri jua lipunguze 'hasira' zake ndipo tena waanze mkondo wa pili wa kula nyasi.

Bogonko, Kiprono na Suleiman walitoka kichakani wakiwa wamefurahi mno kwa kupata windo la sungura. Walikuwa wakihema huku majasho yakiwadondoka kutoka kwa vipaji vya nyuso zao.

Kwa hatua za kiba kibandika kiba, walifika chini ya kivuli cha mti walikokuwa wamepiga kambi na kuwasha moto wa kuchomea mahindi. Wachumia juani walifika kivulini ili kulia windo lao pale. Mbwa wao watatu waliwaandama unyounyo wasije wakahiniwa jasho lao. Waliketi huku wakitoa nje ndimi zao na kupumua kwa kasi huku wakionyesha meno yao makali kama misumeno.

"Hebu chunguzeni iwapo moto umezimika au la," Suleiman aliwaambia Kiprono na Bogonko.

Bogonko alichukua kijiti na kukoroga majivu ya moto ule. Kulikuwa na cheche za makaa yaliyokuwa bado yanawaka.

"Kazi yangu itakuwa ni kumchinja sungura, ilhali yenu ni kuokota kuni zaidi," Suleiman akasema.

Bogonko na Kiprono waliondoka mara moja kurudi tena vichakani kukusanya kuni. Mbwa wao watatu, Simba, Tommi na Kazimoto, walibaki nyuma. Suleiman alimfunga sungura miguuni kwa kamba ya gamba la mti asitoroke, kisha akatafuta nyasi kavu za kuwashia moto.

Huku akiendelea kuwasubiri Bogonko na Kiprono warejee na kuni, alichukua upanga na kuanza kumchinja sungura. Mbwa wale watatu walimtazama kwa hamu kuu huku wakimeza mate ya tamaa ya fisi. Walisogea karibu huku walikodoa macho ya kudai 'haki yao'.

"Ondokeni hapa! Mtapata nyama yenu itakapoiva!" Suleiman aliwafokea kwa ukali. Hawakubanduka hata kidogo. Walimtazama kwa macho ya 'nasi tupe haki yetu', wakitikisa mikia kwa uchangamfu na matarajio makubwa.

Vichakani, Bogonko na Kiprono walikusanya tita la kuni. Walizifunga *ndi* na kuzibeba vichwani. Wakiwa njiani wakirudi, Bogonko aliona kitu chenye umbo la mche kikining'inia juu ya mti mmoja.

"Kiprono…tazama…angalia juu ya mti. Kuna kitu kikubwa mithili ya kinu," alisema huku akiashiria kwa kidole cha mkono wake wa kulia.

"Hebu tukikague tuone ni kitu gani," Kiprono alipendekeza.

Walitua tita lao la kuni na kuukaribia mti, huku wakilitazama kwa makini dude aliloliona Bogonko.

"Kuna wadudu ambao wanaingia na kutoka ndani yake," Bogonko alimaka.

"Alaa…. huu lazima uwe ni mzinga wa nyuki. Nilisikia baba akisema siku moja kuwa kuna wakulima katika sehemu hizi wanaofuga nyuki," Kiprono alisema.

"Lazima wawe na asali. Si hata wewe unaona jinsi walivyonona?"

"Leo itakuwa ni Jumamosi ya shibe tele. Tutawafuata nyuki hawa hadi tupate asali," Kiprono alisema.

"Enhee, baada ya kula nyama ya sungura tutaramba asali," Bogonko akasema.

"Tupeleke kuni kwanza. Nyama itakapokuwa inaendelea kuiva, nasi tutarudi hapa kuirina asali," Kiprono naye alisema.

Bogonko na Kiprono walijitwika tena tita lao la kuni na kutembea aste aste hadi alipokuwa Suleiman. Walimkuta akimchuna sungura ngozi. Alikuwa hodari katika kazi hiyo. Alikuwa amemwona baba yake akichinja mbuzi wakati wa sherehe mbalimbali nyumbani kwao. Wakati mwingine alimsaidia katika shughuli hiyo.

"Tumeona mzinga wa nyuki," Kiprono alimwambia Suleiman.

"Wapi?" Suleiman aliuliza.

"Juu ya mti ule," Bogonko alisema akiashiria.

"Wana asali?" Suleiman aliuliza.

"Hatujui. Itatubidi twende kuchunguza," Kiprono alijibu.

"Nyuki kwenye mzinga huo walionekana wanono sana. Lazima wawe wamefyonza asali nyingi," Bogonko alisema.

"Tule nyama kwanza, halafu mambo ya nyuki yatafuata baadaye. Ndege mmoja aliye mkononi ana thamani zaidi ya ndege kumi msituni," Suleiman alisema.

Wote watatu walichochea kuni kwenye moto. Muda si muda mlikuwa na makaa makubwa na mekundu. Suleiman aliwaongoza wenzake katika kumkatakata sungura vipande vipande. Walividunga kwa vijiti virefu na kuvitandaza juu ya makaa.

Huku nyama ikiendelea kuiva, Suleiman aliwarushia mbwa kichwa cha sungura. Waliking'angania *ng'a ng'a* huku wakipigana na kungurumiana. Ilikuwa ni mwenye nguvu mpishe! Simba alikibeba kichwa hicho kinywani na kutorokea kichakani. Tommi na Kazimoto walimwandama kivumbi wakiwa na hasira. Walipoona amewashinda nguvu, walirudi na kutafuna mifupa waliyotupiwa na kina Suleiman. Simba alirejea alipomaliza kuguguna fuvu, ila naye akawa amekosa mifupa!

5

MSIBA WA KUJITAKIA

ILIPOTIMU saa tisa alasiri, jua lililokuwa limewaka sana lilianza kupunguza ukali. Ng'ombe walianza kusimama mmoja baada ya mwingine kutoka kwenye vivuli vya miti ili kuanza mkondo mwingine wa kula nyasi.

Walipomaliza mlo wa nyama ya sungura, Bogonko, Suleiman na Kiprono waliandamana na mbwa wao hadi kwenye mti uliokuwa na mzinga wa nyuki.

"Tutaurushia mawe na vijiti ili tuuangushe na kupata asali," Kiprono alipendekeza.

"Hapana. Nyuki ni wadudu hatari sanasana.

Wanaweza kutushambulia na kutuuma," Suleiman alisema.

"Tutawasha moto chini ya mti ili utoe moshi, kabla ya kuurushia mawe mzinga. Nyuki wanaogopa sana moshi. Watatoroka watakapounusa moshi, nasi tutaweza kupata asali," Bogonko alisema.

Kiprono na Suleiman walikubaliana na wazo hilo. Waliwasha moto karibu na shina la mti huo. Walitafuta biwi la nyasi kavu na kulitia kwenye moto. Nyasi zilianza kuchomeka na kufoka wingu kubwa la moshi mweupe.

Nyuki waliponusa moshi, walianza kutoka mzingani kwa wingi. Waliokuwa wakirudi kutoka nyanjani kukusanya nekta walikuta makao yao yameshambuliwa. Walirudi haraka nyanjani kuwapasha wenzao habari.

Bogonko, Kiprono na Suleiman walikusanya rundo la mawe na kuyaweka pamoja. Walipotosheka walijitayarisha kuuangusha mzinga. Kila mmoja alichukua jiwe mkononi.

"Moja.... mbili.... tatu...piga..." walihesabu kwa sawia huku kila mmoja akiachilia jiwe lake kwa kasi ya risasi.

"Paa!" Jiwe la Bogonko liliupata mzinga. Uliyumbayumba kutokana na kishindo hicho, huku ukifoka bumba kubwa la nyuki wenye hasira kama za mkizi.

Kufumba na kufumbua, nyuki walimwangukia Bogonko kichwani kama blanketi na kuanza kumuuma. Suleiman na Kiprono walipoona hivyo, walianza kutimua mbio. Lakini hawangeweza kuepuka hasira za nyuki ambao sasa walikuwa wamechacha. Walijaribu kulala chali kwenye nyasi nyingi, lakini wapi! Nyuki walizidisha hasira kila mapito ya sekunde. Maficho kwenye nyasi yakawa hayavumiliki.

Wavamizi walizidi kuongezeka, wakawa wametapakaa kila mahali. Walikivamia chochote

kilichokuwa karibu, ikiwa ni pamoja na mbwa wale watatu. Maji yalipozidi unga, Suleiman alirusha ukemi kuwashauri wenzake wakimbilie mtoni. Wote walitimua mbio huku wingu kubwa la nyuki likiwafuata. Walikimbia kwa uwezo wao wote, wakijijutia kwa nini wakathubutu kuwachokoza nyuki.

Walipofika mtoni, walijitosa majini wazimawazima na nguo zao. Walizama zii, wakilazimika kukaa ndani ya maji kama nyambizi.

Mbwa nao walishindwa kustahimili ukali wa nyuki wale. Nao pia walijitosa mtoni. Msemo kuwa mfuata nyuki hupata asali uligeuka kuwa 'mfuata nyuki hupata hasara '.

Suleiman na wenzake waliogelea chini kwa chini na kutokezea mahali kwingine ili waweze kupumua. Walipoibua vichwa vyao kutoka majini, waliwaona nyuki wale wakirukaruka hewani wakingojea kuwashambulia. Wale waliojaribu kuwafuata hadi majini walilowa mbawa zao na kushindwa kuruka tena. Walisombwa na maji ya mto ule yaliyokuwa yakienda kwa kasi ya kadri. Lakini wenzao hawakufa moyo, wakiendelea kuwashambulia kina Bogonko kila walipovitokeza vichwa vyao. Ni pale tu walipohakikisha kuwa hawatokezei tena waliporudi mzingani.

Walipohakikisha kuwa nyuki hawawafuati tena, Bogonko na rafikize walijiopoa kutoka majini huku wakiwa na maumivu makali. Nyuso zao zilikuwa zimefura kama vibofu vilivyojazwa hewa. Hali hii ilifanya macho yao kuonekana kuwa madogo sana. Walikuwa na uchungu mwingi kutokana na sena za nyuki zilizokuwa zimebakia miilini mwao. Nguo zao zilikuwa zimelowa chepechepe kando na kujaa matope.

Simba, Kazimoto na Tommi pia walijiopoa kutoka majini walikorukia ili kuepuka mashambulizi ya wafumaji wasiokuwa na mishale. Nao pia walikuwa wamelowa chepechepe, manyoya miilini mwao yakiwa yamesokotana. Walitikisa miili yao mara kadha ili kujikung'uta maji.

"Wewe ndiye uliyetulaghai kwamba nyuki

wanaogopa moshi," Kiprono alimlaumu Bogonko.

"Sasa si wakati wa kulaumiana," Bogonko alisema. "Maji yamekwisha kumwagika na hayawezi kuzoleka. Kilichoko ni sisi kutoana sena, kisha tufue nguo zetu zenye matope."

Wote walikubaliana na kauli hiyo. Waliketi kwenye ukingo wa mto na kutoana sena za nyuki. Walipomaliza kufanya hivyo, walirudi mtoni, wakavua na kufua nguo zao zote.

Huku nguo zikikauka walipozianika juu ya vichaka, Kiprono, Bogonko na Suleiman walirudi mtoni kuogelea. Walirushiana maji na matope kwa furaha, kiasi cha kusahau kabisa mkosi wa kuumwa na nyuki ambao ulikuwa umewapata muda mfupi uliokuwa umepita.

Simba, Tommi na Kazimoto walilala karibu na ukingo wa mto ule wakiwakazia macho mabwana wao, huku wakijikuna mara kwa mara kwa kutumia miguu na vinywa vyao kuondolea sena za nyuki. Walitulia tuli wakiwa wenye huzuni nyingi.

6

NG'OMBE WAHARIBU MAHINDI

WAKATI huo wote, Bogonko na wenzake walikuwa wamesahau kabisa jukumu lao la kuwachunga ng'ombe.

Waliposimama kutoka mapumzikoni, walianza mkondo mwingine wa kula nyasi kwa fujo kujiwekea hazina ya kucha. Walipofika karibu na shamba la mahindi, walishindwa kubainisha mpaka kati ya nyasi walizokuwa wameruhusiwa kula na mahindi ambayo hawakuidhinishwa kula. Walifuatana msururu kama chungu wanaohemera na kuingia katika shamba mmoja baada ya mwingine.

Paka atokapo, panya hutawala. Wachungaji wao hawakuwepo kuwachunga wasivuke mipaka kama ilivyokuwa hapo mbeleni. Wachungaji walikuwa wanaogelea mtoni bila habari kuwa ng'ombe walikuwa wakiharibu mahindi katika shamba la mwenyewe. Walikula mahindi kwa uwezo wao wote. Waliposhiba, walianza kuyavunjavuja. Waliharibu mahindi na kuleta hasara kwelikweli.

Kwa bahati nzuri mwenye shamba lile, Mzee Hasira, alifika kukagua jinsi mahindi yake yalikuwa yanaendelea. Kichwani alikuwa amevalia kofia ya 'Mungu usinione'. Katika mkono wake wa kulia alikuwa amebeba fimbo yake umbo 'nambari 7', na kwenye mkono wa kushoto upanga wenye makali pande mbili. Alikuwa akipiga mluzi kwa furaha. Kwa kawaida alikuwa mtu mchangamfu na mcheshi, lakini alikuwa mtu wa hasira nyingi pia. Watu waliogopa kumkasirisha.

Mara alipofika shambani hakuamini macho yake. Alipigwa butwaa chakari kuona mahindi yake yameliwa fyu! Alifikiria kuwa anaota ndoto wakati wa alasiri. Alisimama huku amekauka kama mpingo, mate yamemkauka kinywani.

"Mkulima ni mmoja, lakini walaji ni wengi," aliwaza huku akiyeyuka kwa hasira. Makunyanzi yalionekana katika kipaji cha uso wake, jasho likamtoka na midomo kumtetemeka kwa hasira. Alimeza funda la mate yaliyojaa uchungu. Akili zake zilirandaranda hapa na pale huku akiwazia hatua ya kuchukua.

Wazo lilimjia awakatakate ng'ombe wale kwa upanga wake ili kulipiza kisasi, lakini akajituliza. Alijua kuwa hasira ni hasara.

"Ng'ombe hawa ni wa nani? Nani anayewachunga? Bidii zangu msimu huu zimepotea vivi hivi? *Mkosi* gani huu *Jumamosi* hii?" alijiuliza maswali moja baada ya lingine bila kupata majibu.

Mzee Hasira alikuwa na ghadhabu hivi kwamba angeliwapata wachungaji au wenye ng'ombe hao wakati huo angeliwameza wakiwa wazima. Aliwaondoa ng'ombe shambani mwake haraka huku akisonya.

Akiwa anatafakari kuhusu hatua za kuchukua, alisikia kelele na vicheko kutoka mtoni. Alinyatanyata polepole hadi kwenye ukingo wa Mto Nzoia. Alijificha nyuma ya kichaka na kuwachunguza waliokuwa wakipiga kelele hizo.

Ingawa mbwa walimwona, hawakumtilia maanani. Walikuwa na uchungu mwingi wa kuumwa na nyuki hivi kwamba hawakuwa na vinywa wala nguvu za kubweka. Walilala kifudifudi tu na kuendelea kumenyana na maumivu yao.

"Mmmhh. Kumbe mmoja wao ni Bogonko, mwanaye Bw. Gekundo?" Mzee Hasira aliwaza kimoyomoyo huku akiinuka kutoka mafichoni mwake. 'Bila shaka wavulana hawa ndio wamewaacha ng'ombe kuharibu mahindi yangu!'

Bogonko na wenzake walikuwa wamekazana kucheza majini. Walizama ndani ya maji kama nyambizi na kuibuka baada ya kuogelea kwa muda.

Mzee Hasira alifikiria achume kiboko na kuwaadhibu, lakini akaona wazo hilo halifai.

"Haki za binadamu haziruhusu mtu kumchapa viboko mtoto. Hata shuleni, ni marufuku kufanya hivyo," aliwaza.

Alipokuwa anainuka kutoka mafichoni, aliona nguo zimeanikwa juu ya vichaka. Tabasamu iliyochanganyika na hasira ilijitokeza midomoni mwake. Kisha alizifunganya nguo zote - si suruali si mashati. Akazifunga kikiki pamoja kufanya duara. Akazining'iniza kwenye fimbo yake, kisha akawaongoza ng'ombe walioharibu mahindi yake kuelekea nyumbani. Mbwa nao waliamua kufuatana naye.

7

HASIRA ZA WAZAZI

MZEE Hasira aliwasili nyumbani kwa akina Bogonko akiwa ameandamana na ng'ombe wote. Nyuma yake walifuata mbwa wale watatu. Simba alienda moja kwa moja hadi kibandani mwake, akionekana kutokuwa na furaha.

Magharibi ilikuwa imefika. Jua lililokuwa likitua lilitoa miale ya kikahawia. Ndama walisikika wakilia kwa zamu, huku wakitarajia kuwanyonya mama zao.

Kezia aliposikia *moo moo* za ng'ombe waliokuwa wakiwajibu ndama, alitoka haraka kibandani mwa kuku alikokuwa amekwenda kukusanya mayai. Ilikuwa ni kawaida kama ibada kukusanya mayai wakati wa jioni ili kuku wasiyavunje kwa kuyadona na hivyo kuleta hasara.

Alitarajia kumwona kaka yake, Bogonko, akirejea kutoka malishoni, lakini badala yake alishangaa kumwona Mzee Hasira ameandamana na ng'ombe. Aliweka chini bakuli la mayai na kwenda moja kwa moja kumsalimia Mzee Hasira.

"Shikamoo Mzee?"

Kimya. Mzee Hasira alionekana mwenye hamaki. Hali hii ilimtia wasiwasi Kezia ambaye alikuwa anamfahamu mzee huyo kuwa mtu mchangamfu na mwenye ucheshi.

"Wako wapi?" Mzee Hasira aliuliza kwa sauti ya kutisha huku akisonya.

"Kina nani?" Kezia aliuliza.

"Wazazi wako."

"Waliondoka wakati wa mafungulia ng'ombe kwenda hospitalini."

"Hospitalini wapi?" Mzee Hasira aliuliza, ingawa alifahamu kuwa Bw. Gekundo alizoea kwenda hospitalini mjini Eldoret mara kwa mara kufanyiwa uchunguzi wa kimatibabu kutokana na majeraha ya ajali ya barabarani.

"Eldoret," Kezia alijibu.

"Wamekosa sana. Wameharibu mahindi yangu yote...."

"Akina nani?" Kezia akauliza.

Mazungumzo kati ya Mzee Hasira na Kezia yalikatizwa na Bwana na Bi. Gekundo wakiwasili nyumbani kutoka hospitalini. Bila kusita, Mzee Hasira aliwaeleza yote yaliyokuwa yametokea. Baba na mama yake Bogonko walikasirika sana.

"Mchungaji ng'ombe hakufika leo?" Bw. Gekundo alimuuliza Kezia.

"Alipokuja, tayari Bogonko alikuwa amewapeleka ng'ombe malishoni.

"Halafu akaenda wapi?" Mama akauliza.

"Alisema kuwa anawafuata kwenda malishoni," Kezia akajibu huku akiondoka kulipeleka bakuli la mayai nyumbani. Alitaka vilevile kwenda kuanua nguo.

"Usitie shaka. Tutakulipa fidia kwa hasara iliyosababishwa na ng'ombe wetu," Bw. Gekundo alimhakikishia Mzee Hasira ambaye sasa alikuwa amepunguza hamaki.

"Ng'ombe wenyewe wanahitaji kupatiwa dawa kwa dharura. Tumbo zao zimefura kwa sababu ya kula mahindi kupita kiasi," Mzee Hasira alipendekeza huku wote wakiondoka kwenda kuwatazama ng'ombe hao. Bi. Gekundo alimsukuma mumewe katika kiti chake cha magurudumu hadi walikokuwa ng'ombe. Walitambua kuwa wengine walikuwa wa Bw. Kazamoyo, babake Suleiman, na Bw. Kiroboto, baba yake Kiprono, ambao walikuwa majirani wao.

Bw. Gekundo aliwapigia simu Mabwana Kazamoyo na Kiroboto kuja kujionea yaliyokuwa yametokea. Walipofika, walifadhaishwa na hali hiyo licha ya kukasirishwa na kitendo cha wana wao.

"Wachungaji wenyewe wako wapi?" Bw. Gekundo aliuliza.

Mzee Hasira alikuwa amelingojea sana swali hilo. Alifurahi kama kibogoyo aliyetunukiwa jino pindi lilipoulizwa. Akaangua kicheko cha sadao na beuo huku amewakazia macho Bwana na Bi. Gekundo pamoja na Mabwana Kazamoyo na Kiroboto. Akacheka tena na tena, kicheko cha ushindi. Kicheko kirefu ambacho kilizua liwazo la aina fulani moyoni mwake.

"Hakuna haja ya kuwaadhibu watoto hao watundu. Nimekwisha kuwaadhibu vya kutosha," alisema huku akicheka tena.

Hakuna aliyejua ni kwa nini mzee huyo aliyekuwa amekasirika mno hapo mbeleni alibadilika ghafla na kuwa mwenye furaha.

Bila kupoteza wakati, Bw. Kazamoyo alikwenda hadi nyumbani kwake na kurudi na dawa ya *Anti-Bloat*. Kwa kusaidiana na Bw. Kiroboto, aliwanywesha ng'ombe wote dawa hiyo kwa kutumia chupa ya soda baada ya kuichanganya na maji. Hatimaye walitoka bomani na kuingia nyumbani kwa akina Bogonko. Waliketi katika chumba cha mazungumzo na kuanza kuujadili mkosi wa siku hiyo.

"Tuna bahati nilikuwa na dawa hii nyumbani. La sivyo, ng'ombe hawa wangekufa kwa sababu ya ulaji wa mahindi mengi," Bw. Kazamoyo alisema.

"Punde si punde, dawa hii itawafanya kuhara, ili wasidhuriwe na mahindi waliyoyala," Mzee Hasira alisema huku akikubaliana na kauli ya Bw. Kazamoyo.

8

NGUO ZIKO WAPI?

WALIPOZINDUKA kutoka mchezo wao mtamu wa kuogelea mtoni, Bogonko, Suleiman na Kiprono waligundua kuwa nguo zao hazikuwepo. Walianza kuzungukazunguka vichakani wakizitafuta. Hawakuzipata. Waliwaita mbwa wao kwa kupiga mluzi. Mbwa hawakuwepo. Mambo yalizidi kuwaendea mrama walipokosa kuwaona ng'ombe wao katika uwanja wa malisho. Wasiwasi mkubwa ukawaghubika kama kiza cha usiku wa manane.

Mioyo ikawapapa kwa kishindo kama kwamba ilikuwa inataka kupasua mbavu zao na kutoka nje. Jua lilikuwa limeanza kuiaga miti.

Ndege walionekana wakirukaruka na kutua kwenye miti kwa maandalizi ya kurudi viotani mwao baada ya siku yenye shughuli nyingi. Baridi nayo ilikuwa imeanza kuwa kali.

"Labda nguo zetu zilichukuliwa na nyani. Wajua, kuna nyani wengi watukutu katika kichaka hiki," Suleiman alisema.

"Tufanye nini sasa?" Bogonko aliuliza.

"Itabidi turudi nyumbani," Kiprono alisema. "Kuna lipi jingine tunaloweza kufanya?"

"Tutapitia wapi kwenda nyumbani tukiwa uchi wa mnyama?" Suleiman akauliza.

"Ushikwapo, huna budi kushikamana. Tutalazimika kujisitiri kwa nguo za matawi, walivyofanya Adamu na Hawa katika bustani ya Edeni," Kiprono alishauri.

Bila kupoteza wakati, walichuma matawi na kuyashona kwa kutumia kamba za magamba ya miti, kisha wakafunika sehemu zao za siri, nyuma na mbele. Baridi ilikuwa imeanza kuwa kali. Jua nalo lilikuwa limezama. Giza lilianza kushika zamu.

Wote watatu walipinda kushoto kisha kulia. Wakapiga kona na kutokezea katika shamba la

Mzee Hasira. Wakapigwa na mshangao kuona jinsi mahindi yake yalivyokuwa yameharibiwa.

"Mambo leo yametuharibikia kwelikweli," Suleiman alisema huku uso wake umejaa wasiwasi. "Nyuki walitushambulia. Nguo hatuna. Ng'ombe wameharibu mahindi kwenye mashamba ya watu. Tutawaeleza nini wazazi wetu?"

Kimya. Hakuna aliyemjibu. Wote walifyata ndimi huku mioyo yao ikiwadunda kwa wasiwasi. Walinyatanyata na kupitia katika njia za vichochoroni. Walipomwona mtu au watu mbele yao, walijificha nyuma ya vichaka. Watu hao walipopita, walitoka tena na kuendelea na safari yao. Ilikuwa ni safari ngumu kweli lakini waliamua kutokata tamaa.

Giza lilikuwa limeanza kuwa totoro, ingawa kulikuwa na nyota nyingi angani zilizong'aa kama dhababu. Zilionekana kuwakodolea macho na kuwachekelea wavulana wale watatu waliokuwa wamenaswa kwenye mtego wa masaibu ya kujitakia.

Mwendo wao wa kasi huku wakijificha kutoka kichaka kimoja hadi kingine hatimaye uliwafikisha nyumbani kwa akina Bogonko. Walinyatanyata hadi kwenye dirisha la chumba cha kulala cha Bogonko.

Kwa bahati nzuri, dirisha hilo lilikuwa wazi. Bogonko alirukia hapo hadi chumbani. Alichakurachakura kwenye sanduku lake la nguo, akatoa suruali mbili na mashati mawili, akawarushia Kiprono na Suleiman ambao walikuwa nje wakishikilia pumzi wasije wakasikika hata wakipumua. Walipovaa nguo, walinyatanyata na kujiendea zao.

Bogonko alikuwa anajihisi mchovu sana. Punde tu baada ya kulala chali kitandani mwake huku akili zake zikirandaranda hapa na pale, tumbo lilianza kumuuma na kichwa kumgonga bila mfano.

9

MATIBABU YA DHARURA

MUDA mrefu haukupita tangu Bogonko alipoingia na kulala chumbani mwake kisiri. Wazazi wake walianza kuwa na wasiwasi.

"Ni saa mbili kasorobo na mtoto hajafika nyumbani," mama yake alilalamika.

"Kumbuka kwamba hawakuwa na nguo. Kwa hivyo lazima wangesubiri giza liingie ndipo waje nyumbani," Bw. Gekundo alimwambia mkewe.

"Mzee Hasira naye amewatendea makubwa wana wetu. Alipochukua nguo zao, alitaka wapitie wapi kuja nyumbani, wakiwa uchi?" mama aliuliza.

"Ni funzo kubwa kwao. Siku nyingine hawatakosa kuwajibika kuwalinda ng'ombe. Walicheza na kusahau jukumu lao. Adhabu hiyo inawafaa sana," Bw. Gekundo alijibu.

Dakika hiyohiyo Kezia alifika haraka katika chumba kile cha mazungumzo huku amejawa na wasiwasi.

"Kumetokea nini?" baba aliuliza kwa mshangao.

"Ni...ni...Bogonko..."

"Yuko wapi?" Mama akauliza.

" Chumbani a...ana..umwa," Kezia alijibu kwa wasiwasi.

Bila kupoteza wakati, Kezia alimpeleka mama yake hadi chumbani mwa Bogonko. Walimpata akigaagaa kitandani huku mwili wake wote umelowa jasho. Uso wake ulikuwa umefura sana. Hakuweza kusema chochote. Alionekana mwenye uchungu mwingi kwenye tumbo ambalo alilishikilia kwa mikono miwili.

Mama alimgusagusa Bogonko, akahisi mwili wake ulikuwa na joto jingi. Alikuwa akipumua kwa kasi. Mama alitoka chumbani mle

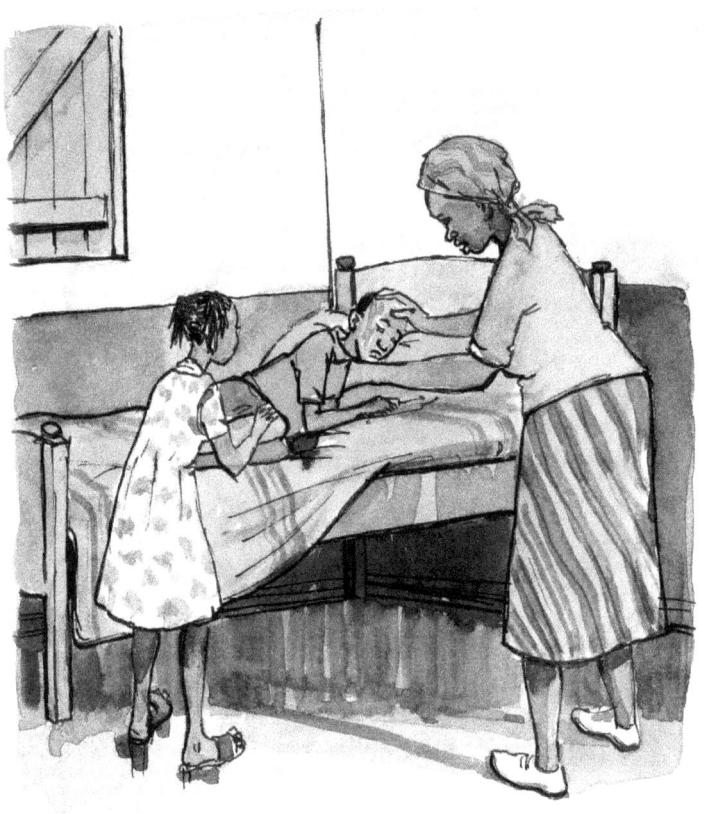

haraka akarudi sebuleni. Alimwelezea mumewe pamoja na wageni kwamba mambo yalikuwa yameharibika. Baada ya kushauriana waliamua kumpigia simu amu Omari awasaidie tena gari lake ili wampeleke Bogonko hospitalini.

Huku Bogonko akipelekwa hospitalini, Mzee Hasira, mabwana Kazamoyo na Kiroboto waliwaaga wenyeji wao na kuondoka. Kazamoyo na Kiroboto waliondoka pamoja na ng'ombe wao ambao sasa walikuwa wameanza kupata nafuu baada ya kunyweshwa dawa.

Walipofika makwao walishangaa kuwaona wanao – Suleiman na Kiprono — wakiwa katika hali aliyokuwa Bogonko. Mambo yalikuwa yamekwenda mrama. Bila kupoteza wakati walifanya mipango ya kuwapeleka hospitalini.

* * *

Amu Omari alimtuma tena dereva na gari lake nyumbani kwa akina Bogonko. Punde tu gari lilipowasili, mama alimweleka

Bogonko mgongoni na kumpeleka garini. Kezia alitaka kuandamana na mama yake, lakini akakatazwa.

"Wewe baki nyumbani umtunze babako," mama yake alishauri.

Kezia alikubali shingo upande huku akilengwalengwa na machozi kwa kuona hali mbaya aliyokuwamo kaka yake. Dereva alilitia gari moto na kufululiza hadi Hospitali ya *Moi Referal* mjini Eldoret.

Ilikuwa ni saa tatu za usiku Bogonko alipofikishwa hospitalini. Dereva alimsaidia mama kumweleka mgongoni. Alikuwa ameregea rege rege kama mkufu, mbali na kuwa mzito kama nanga. Alikuwa hajijui hajitambui.

Kwa hatua za chapuchapu, mama alienda moja kwa moja hadi chumba cha kuwapokelea wagonjwa. Dereva alimfuata nyuma baada ya kufunga milango ya gari.

Mara walipokiingia chumba cha kupokea

wagonjwa, mama alimshusha Bogonko kutoka mgongoni kwa kusaidiwa na dereva. Kisha dereva alimshikilia Bogonko huku wakiketi kwenye benchi iliyokuwa katika sehemu hiyo.

Walipokelewa na msichana mmoja mrembo mwenye ngozi ya maji ya kunde na nywele fupi zilizokubali kukua ili zisukwe. Kinywani alikuwa na meno meupe kama maziwa. Alikuwa amevalia sare yake ya kazi – gauni rangi ya maji ya bahari iliyokuwa imezungushwa ukosi mweupe. Kichwani alibandika na kushikiza kwa ustadi kijikofia cheupe pe ambacho kilisimama kama sambusa mbili kubwa zilizounganishwa pamoja.

Alikuwa ameketi nyuma ya dawati kubwa umbo la nusu duara. Kando yake, kulikuwa na kitabu kikubwa cha kunakili majina ya wagonjwa waliofikishwa.

"Hujambo mama?" nesi alimsalimia mamake Bogonko.

"Sijambo. Habari yako?"

"Njema," nesi alijibu. "Naweza kukusaidia?"

"Ndio. Mgonjwa huyu wangu anahitaji matibabu ya dharura," mama alisema huku akijipangusa jasho kwa kutumia kijitambaa kidogo cheupe.

"Jina lake?" nesi aliuliza huku akichukua kalamu tayari kuandika kwenye kitabu kile.

"Bogonko Gekundo," mama akajibu.

"Ana umri gani?"

"Miaka kumi na miwili."

"Una uhusiano gani naye?"

"Mimi ni mama yake."

Baada ya kunakili hayo yote, nesi alichukua kadi ya manjano ambapo alijaza habari zile zote. Kisha alipiga simu kuwaita wenzake waliombeba Bogonko kwa machela ya kusukumwa na kumpeleka hadi chumba cha kufanyiwa uchunguzi.

Mama aliandamana nao, huku dereva akibaki katika chumba cha kuwapokelea wagonjwa.

Ilikuwa saa tatu u nusu za usiku. Wauguzi walianza kazi yao mara moja. Mmoja alichukua kipimajoto na kukitikisa kabla ya kukiweka kwenye kwapa la Bogonko. Baada ya muda mfupi, alikitoa na kukiangalia, kisha kunakili vipimo kwenye kadi ile ya manjano.

"Ana joto sana," nesi aliwaambia wenzake.

"Alianza kuugua lini?" nesi mwingine aliuliza.

"Leo jioni. Alipoondoka nyumbani kuwapeleka ng'ombe malishoni alikuwa buheri wa afya. Lakini alirudi nyumbani jioni akiwa hajihisi vizuri," Mama alieleza.

"Anaonekana mwenye maumivu makali tumboni," nesi wa kwanza alisema huku akimpanguza Bogonko jasho usoni kwa kitambaa kilichorowa maji.

Nesi wa tatu alitoa damu kidogo kutoka kidole cha kati cha mkono wa kushoto wa mgonjwa na kuitia katika kijichupa.

Baada ya mashauriano, nesi wote watatu walikubaliana ingekuwa bora kumlaza Bogonko

hospitalini. Walimvua shati na kumvalisha sare rasmi ya wagonjwa. Ilikuwa ni gauni la samawati - mshono wa debe - ambayo ilimpwaya Bogonko. Hatimaye walimpeleka hadi wodi nambari 7 ambako walimlaza.

"Unaweza kurudi nyumbani, mama," nesi mkuu alimwambia mamaye Bogonko. "Usiwe na wasiwasi wowote. Kijana wako atapata nafuu bila shaka. Atapata matibabu zaidi kesho pindi matokeo ya uchunguzi wa sampuli ya damu yake katika maabara yatakapotolewa. Kwa sasa, tutamdunga sindano ya kutuliza joto na maumivu."

Mama hakuwa na jingine ila kuondoka. Alikubaliana na ushauri wa nesi ingawa shingo upande. Alikuwa na hofu kubwa kuhusu afya ya mwanawe. Aliungana na dereva na wote wakatembea hadi walipokuwa wameliacha gari. Dereva alilitia moto na kufululiza moja kwa moja hadi nyumbani.

10

SHADA ZA MAUA

MNAMO Jumapili, mafungulia ng'ombe hivi, matokeo ya ukaguzi wa sampuli ya damu yalikuwa yameletwa kutoka maabara. Uchunguzi ulikuwa umebainisha kwamba Bogonko alikuwa amekula nyama ambayo haikupikwa ikaiva. Isitoshe, kulikuwa na 'sumu' nyingi mwilini mwake kutokana na mkasa wa kuumwa na nyuki.

Daktari mkuu katika hospitali hiyo, Dkt. Emmanuel Kola, alikabidhiwa matokeo ya uchunguzi ule. Aliyachunguza kwa muda na kuamua kuzuru wodi alimolala Bogonko. Baada ya kumpimapima, aliamuru adungwe sindano yenye dawa ya kukabiliana na 'sumu' ile iliyotokana na sena za nyuki. Nesi walitekeleza agizo hilo. Punde tu baada ya kudungwa sindano, Bogonko alijifunika blanketi gubigubi na kulala fo fo fo.

Alasiri ilipofika, alizinduka ghafla kutoka usingizini. Alipofungua macho, alipigwa na mshangao kumwona dada yake, Kezia, akisimama kando ya kitanda. Fikra nyingi zilimpita kichwani akijaribu kutafakari kuhusu kilichokuwa kimetokea.

Kezia alisogelea karibu na kuketi juu ya kitanda huku amevaa tabasamu usoni. Bogonko alijitahidi kutabasamu pia lakini akahisi kichwa chake kuwa kizito, kama kwamba kilikuwa kimeubeba ulimwengu mzima.

Punde si punde baba yao, Bw. Gekundo, alifika hospitalini akisukumwa katika kiti chake cha magurudumu na dereva wa amu Omari. Mama yao, Bonareri, alifika akiwa ameandamana na Bw. Kazamoyo, babake Suleiman na Bw.

Kiroboto, baba yake Kiprono.

Wote walisimama wakikizunguka kitanda cha mgonjwa katika nusu duara. Huku wakiendelea kupiga gumzo, tabibu mkuu, Dkt. Emmanuel Kola, alifika. Alikuwa amevalia koti jeupe na kuning'iniza stethoskopu shingoni. Mkononi, alikuwa na faili tatu.

Baada ya kuwasalimia wote waliokuwemo alimkagua Bongonko kwa kumfinyafinya tumboni.

"Uchunguzi umebainisha kuwa wagonjwa wenu walivamiwa na kuumwa kwingi na nyuki wengi. Vilevile, imebainika kuwa walikula nyama ambayo haikupikwa ikaiva vizuri na hivyo kuyapata maradhi ya *kimeta*."

Wazazi wa Bogonko, pamoja na wazee Kiprono na Suleiman, walipigwa na mshangao mkubwa kusikia habari hizo.

"Waliila nyama hiyo wapi?" waliuliza kwa pamoja.

Bogonko alilazimika kutoa maelezo kinagaubaga kuhusu yaliyowapata walipokuwa malishoni.

Akiwa katikati ya maelezo yake, Mzee Hasira alifika hospitalini akiwa amebeba shada tatu za maua. Mkono wake wa kushoto ulikuwa na ile fimbo yake yenye umbo la 'nambari 7'. Alikuwa amevalia miwani mieusi iliyotulia dede kwenye pua lake kubwa kama pilipili hoho.

Baada ya kuwasalimia watu wazima waliokuwemo, alimkaribia Bogonko na kumsalimia kabla ya kumkabidhi shada moja la maua huku akimwambia, "Nakutakia afueni ya haraka." Kisha alimkabidhi kadi iliyokuwa katika bahasha kubwa nyeupe.

Alikwenda hadi kwenye wodi walimolazwa Suleiman na Kiprono na kufanya vivyo hivyo. Wazazi walipigwa na mshangao kuona hatua hiyo ya nia njema aliyoichukua Mzee Hasira, ambaye mwanzoni alikasirishwa mno na uharibifu mkubwa wa mahindi shambani mwake.

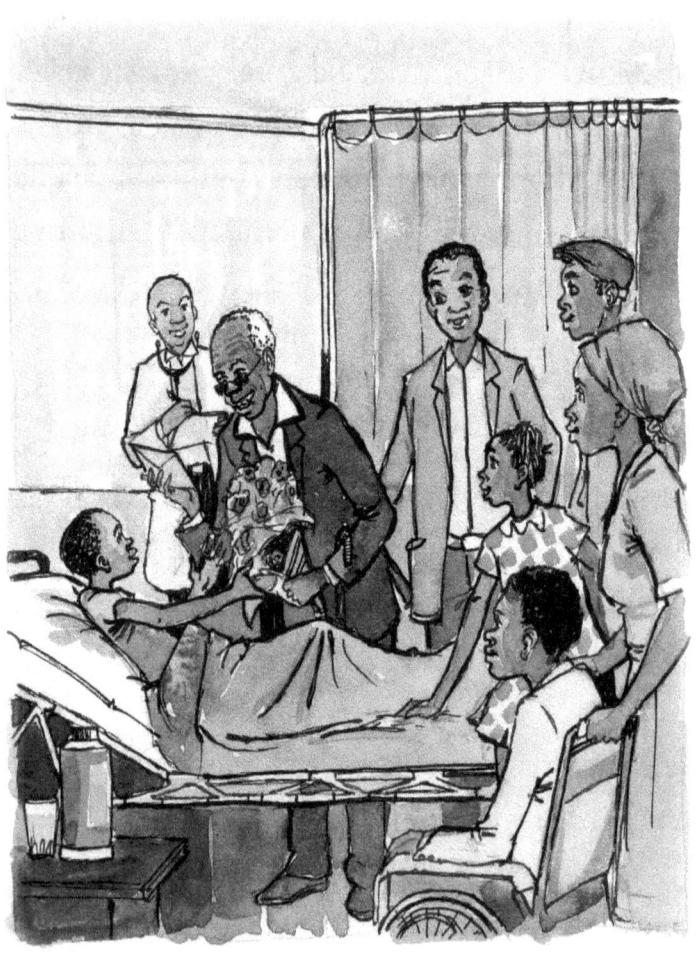

Walipopata nafuu, Bogonko, Suleiman na Kiprono walifungua bahasha na kusoma ujumbe ulioandikwa kwenye kadi walizoletewa na Mzee Hasira. Nao ulisoma hivi.

Ilikuwa Jumamosi
  Jumamosi ya mkosi
    Nyuki mosi mkosi
   Pili nyama mkosi
   Tatu nguo mkosi.
      Mlifikaje nyumbani?
        Mkiwa uchi wa mnyama?

   Nne Simba mkosi
    Tano Tommi mkosi
     Sita Kazimoto mkosi
   Ni hasira zilizonifanya
    Zenu nguo kuchukua
  Poleni kwa mkosi
   Uliowapata Jumamosi.

Baada ya juma moja, wote walikuwa wamepona kiasi na kuruhusiwa kurudi nyumbani. Waliwashukuru wauguzi pamoja na Daktari Kola kwa wema waliowatendea. Walipofika nyumbani, walihuzunika sana kugundua kuwa mbwa wao, Simba, Tommi na Kazimoto walikuwa wamefariki kutokana na nyama ile ya sungura waliyokula mbali na kuumwa na nyuki. Walikubaliana na Mzee Hasira kuwa siku ya mkasa huo ilikuwa *Jumamosi ya Mkosi*.

Bogonko alikuwa na kisa cha kuwahadithia nduguze, Gesure na Birontino, pindi wangepokuja nyumbani wakati wa likizo.

Kimetolewa na Phoenix Publishers Ltd., Kijabe Street, S.L.P 18650-00500, Nairobi, na kupigwa chapa na Ramco Printing Works Ltd., S.L.P 27750-00100, Nairobi.

www.ingramcontent.com/pod-product-compliance
Lightning Source LLC
LaVergne TN
LVHW010410070526
838199LV00065B/5933